अहिरानीमा आयकेल गोष्टी

संपादक : डॉ. सुधीर राजाराम देवरे

AA000895

ल्हानपने

ज्यास्नी ज्यास्नी गोश्टी सांग्यात,

त्या सम्दास्ले...

***

बालपणी

ज्यांनी ज्यांनी गोष्टी सांगितल्या,

त्या सर्वांना...

अनुक्रमणिका

संपादकना दोन शब्द (अहिराणी) ix

संपादकाचे दोन शब्द (मराठी) xi

ऋणनिर्देश, पावती xiii

भाग एक :

  1. भोळा सासरा हावडा जवाई 3

  2. लाडू, जिलेबी आनि पाहुना 8

  3. राजानी पोरगी, बायकोच तू 11

  4. शहाना आनि येडा 15

  5. डिबऱ्या मन्हा कामना 18

  6. कोलोबा, कोलोबा बोर पिकनी 21

  7. राक्षस, राजपुत्र आणि राजकन्या 23

  8. राम राम पाव्हना 28

  9. याळनं सपन 32

  10. करनी तशी भरनी 34

भाग दोन :

  11. भोळा सासरा मतलबी जावयी 39

  12. लाडू, जिलेबी आणि पाहुणे 44

  13. राजाची मुलगी, बायकोच तू 47

  14. शहाणा आणि वेडा 51

  15. डिबऱ्या माझ्या कामाचा 54

  16. कोल्होबा, कोल्होबा बोर पिकली 57

  17. राक्षस, राजपुत्र आणि राजकन्या 59

  18. राम राम पाव्हणा 64

  19. दिवास्वप्न 69

अनुक्रमणिका

20. करावं तसं भरावं   71

डॉ. सुधीर राजाराम देवरे यांचा परिचय   73

'अहिरानीमा आयकेल गोष्टी'

(बालकथा)

संपादक : डॉ. सुधीर राजाराम देवरे

आणि

'अहिराणीत ऐकलेल्या कथा' मराठी भाषांतर

(बालकथा)

संपादक/ संग्राहक/ मराठी भाषांतर : डॉ. सुधीर राजाराम देवरे

संपादकना दोन शब्द (अहिराणी)

'अहिराणीमा आयकेल गोश्टी' ह्या अहिरानी बालकथा- लोककथा संग्रहमा दहा गोश्टी दियेल शेतीस. उलसा व्हतू तैनपशी मन्हापन मसच लोककथास्ना सावटा साठा शे. काही गोश्टी मायनी जी माय व्हती तिन्ही सांगेल. काही मायनी सांगेल. काही धैडानी सांगेल. काही मोठ्या बहिनीसनी सांगेल. अशा गोश्टीस्ना गंजच साठा व्हयेल व्हता.

कळाले लागनं तशे काहीबाही वाचाले लागू. टक्का टोनपा ठेचा खाईसन जगाले लागनू. आशे करत करत गंजच शिकाले मिळनं. मोन्हे ह्या मनमा बशेल गोश्टी सारकावारका सोबतीस्ले सांगू. बहीन- भाऊस्ले सांगाले लागनू. शेजारपाजारला उलसा पोऱ्यासले सांगा लागू. सांगता-सांगता आनि आयकता आयकता आखो साठा वाढत गया. कमी जया नही.

तशा भयानच गोश्टी मनमा दबा धरी बशेल शेतीस. डोकामा इचार वना का लगेच याद येतीस. पन आठे गोश्टीस्नी संगती लायी घीदी. पाच ते पंधरा सालना पोऱ्यासकर्ता आठे दहा गोश्टी निवाड्यात. म्हंजे, मोठला धाठला लोकस्नी त्या वाचूच नही आशे नही. मोठा मानसंस्नी आखो हाटकून ह्या गोश्टी वाचाले पायजेत.

ह्या संग्रहमा नमूद करेल गोश्टी उलसा व्हतू तैनपशी मना मनमा घर करी सांदी कोपरामा पडेल व्हत्यात. ह्या बठ्ठ्या गोश्टी मनमा संगाळी ठियेल व्हत्यात. आज ह्या गोश्टी कागदवर लिखानंयेळे, मन्हामजारला लेखकना जरासा हात लायीसन थोडाबहुत बदल व्हयेलच व्हयी, हायी खरं शे. ह्या लोककथास्ना गाभा जित्ता ठेवानी मी भयान कोशीश करेल शे. अहिरानीमातीन मराठी भाषांतर करानं येळेबी हाटकून सोपा शब्द वापरीसन भाशा सोपी करानी कोशीश करेल शे.

येक मुद्दानी गोट आठे सांगी ठेवस : ह्या बठ्ठ्या गोश्टी मी आयकेल शेतीस. म्हनीसन सांगनाराले आनि मालेबी ह्या गोश्टी कोनी लिहेल शेत हायी माहीत नही. आठल्या गोश्टीस्ना मूळ लेखक समजतात त्ये त्यास्न नाव आठे सांगतू. तशे सांगता येत नही म्हनीसन यासले मी लोककथा म्हनी ऱ्हायनू.

- डॉ. सुधीर राजाराम देवरे

संपादकाचे दोन शब्द (मराठी)

'अहिराणीत ऐकलेल्या कथा' या अहिराणी लोककथा संग्रहात एकूण दहा कथा दिलेल्या आहेत. लहानपणापासून माझ्याजवळ खूपच लोककथांचा संग्रह आहे. काही गोष्टी आईच्या आईने सांगितलेल्या. काही आईने सांगितलेल्या. काही वडिलांनी सांगितलेल्या. काही वडील बहिणींनी सांगितलेल्या. कळायला लागलं तसं आवांतरही वाचायला लागलो. टक्के टोणपे खात जगायला लागलो. आणि शाळेबाहेरही खूप शिकायला मिळालं.

पुढे मनात साचलेल्या ह्या गोष्टी मित्रांना सांगायला लागलो. बहीण- भावाला सांगायला लागलो. लहान मुलांना सांगायला लागलो. सांगता- सांगता कथांचा साठा वाढत गेला. कमी झाला नाही.

तशा तर खूपच गोष्टी माझ्या नेणीवेत दबा धरून बसलेल्या आहेत. डोक्यात विचार येताच त्या तात्काळ आठवतात. पण इथे गोष्टींची संगती लावून घेतली. वय वर्ष पाच ते पंधरा अशा वयोगटातील मुलं डोळ्यासमोर ठेवून इथे दहा गोष्टींची निवड केली आहे. याचा अर्थ, मोठ्या माणसांनी त्या वाचायच्याच नाहीत असं नाही. उलट मोठ्या माणसांनी मुद्दाम ह्या गोष्टी वाचायला हव्यात.

ह्या संग्रहात नमूद केलेल्या गोष्टी बालपणापासूनच माझ्या मनात घर करून होत्या, पण त्या तोंडी स्वरूपात. आज ह्या गोष्टी कागदावर लिहितांना, माझ्यातल्या लेखकाच्या प्रतिभेचा स्पर्श होऊन त्यांच्यात थोडासा बदलही झाला असेल, असं वाटतं. मात्र ह्या लोककथांचा गाभा जीवंत ठेवण्याचा मी भरपूर प्रयत्न केला आहे. अहिराणीतून मराठी भाषांतर करतांनाही मुद्दाम सोपे शब्द वापरून भाषा सोपी ठेवण्याचा मी प्रयत्न केला आहे.

एक महत्वाची गोष्ट इथे सांगून ठेवतो : ह्या सर्व गोष्टी मी ऐकलेल्या गोष्टी आहेत. म्हणून सांगणाऱ्याला आणि मलाही ह्या गोष्टी कोणी लिहिलेल्या आहेत की काय माहीत नाही. इथे दिलेल्या मूळ गोष्टींचा लेखक माहीत असते तर त्यांची नावे इथे दिली असती. तसे सांगता येत नाही म्हणून या कथांना मी लोककथा म्हणतोय.

- डॉ. सुधीर रा. देवरे

ऋणनिर्देश, पावती

'अहिरानीमा आयकेल गोष्टी' (अहिराणीत ऐकलेल्या कथा) हा अहिराणी भाषेतला (आणि मराठी भाषांतरीत) कथासंग्रह म्हणजे लहानपणी मी ऐकलेल्या कथांचा बालकथा संग्रह. ह्या बालकथा संग्रहात निवडक अशा एकूण दहा गोष्टी मूळ अहिराणी भाषेत आणि मराठीतूनही मीच भाषांतरीत करून दिल्या आहेत. अनेक अनुभव- अनुभूतींचे ऋणही यानिमित्ताने मानायला हवेत.

वय वर्ष तीन ते पंधरा अशा वयाची मुलं डोळ्यासमोर ठेऊन, कथांची निवड केलेली आहे. परंतु या कथा मोठ्या माणसांनीसुध्दा वाचायला हव्यात.

सर्वांचे आभार.

.

मुखपृष्ठ चित्रण : किशोर अर्जुन
पुस्तक सजावट : दर्शना कोलगे
प्रकाशक : नोशन प्रेस, चेन्नई

.

(C) डॉ. सुधीर राजाराम देवरे

१८७, टेलिफोन कॉलनी, पाठक मैदानाच्या पूर्वेला,
सटाणा - 423 301 जि. नाशिक, महाराष्ट्र.
भ्रमणध्वनी : 7588618857
Email : drsudhirdeore29@gmail.com

भाग एक :

'अहिरानीमा आयकेल गोष्टी'

अहिराणी

(बालकथा)

1

भोळा सासरा हावडा जवाई

येक भोळाभाबडा शेतकरी व्हता. त्याले दोन आंडरो आनि येक आंडेर व्हती. त्यानाजोडे वावर व्हतं. गायी, म्हशी, बकऱ्या आशा सगळा पाळीव जितराब व्हतात. शेतकरी सभावना गरीब व्हता. आपुले नातेवाईकस्नी, लोकस्नी चांगलं म्हनाले पाहिजे आशे त्याले वाटे.

त्यानी येक चांगला चुंगला घरदारना येक जवान पाही जुई त्यानासांगे त्यानी आंडेरनं लगन लायी दिधं. आंडेर नांदाले गयी. लगननंतर पहिला सनले शेतकरीनी मूळ लायीसन आंडेरले माहेरले आनं. सासरले जावानं येळे तिले भेट म्हनीसन बापनी दोन कोंबड्या दिध्यात. आंडेर खुश व्हयी गयी.

सासरले येताच ती नवराले म्हने, ''मन्हा बापनी आपुले दोन कोंबड्या भेट दिध्यात पहा.''

तिन्हा नवरा फुकटचंद व्हता. त्याले काय आनंद जया नही. तो बायकोले म्हने, ‘‘दिध्या व्हतीन दोन कोंबड्या, त्यामा काय आवढं? कोंबड्याच दिध्यात ना? बकऱ्या त्ये काही दिध्या नहीत ना तुन्हा बापनी?’’

हायी आयकीसन आंडेरना हिरमोड व्हयी गया. तशीच ती बापजवळ वनी. आंडेरना हिरमुसायेल नुर पाहिसन बाप म्हने, ‘‘काय जयं बाई?’’

‘‘मन्हा नवरा म्हने, तुन्हा बापनी कोंबड्याच दिध्यात कनी, बकऱ्या काही दिध्या नहीत.’’

बाप म्हने, ‘‘बकऱ्याच पाहीजे ना. घी जाय उकाव बकऱ्या’’ असं म्हनीसन बापनी दोन बकऱ्या आंडेरले दिध्यात. पोरनी कळी खुलनी.

ती ल्हायी ल्हायी धावत पळत नवराकडे वनी. नवराले म्हने,

‘‘मन्हा बापनी आपुले बकऱ्या दिध्यात पहा.’’

नवरा लगेच म्हने, ‘‘दिध्या व्हतीन बकऱ्या. त्यामा काय आवढं नवल. तुन्हा बापनी गायी ते काय दिध्या नहीत ना आपुले?’’

तिन्हा आखो हिरमोड जया. ती तशीच बापकडे वनी. बापनी तिन्हा नूर वळखा आनि म्हने, ‘‘आता काय जयं आखो?’’

आंडेर म्हने, ''मन्हा नवरा म्हनस, तुन्हा बापनी बकऱ्याच दिध्यात ना. गायी ते नही दिध्यात ना आपुले?''

बाप म्हने, ''आशे म्हने का जवाई. घी जाय उकाव गायी.'' पोरनी कळी खुलनी. ती आनंदमाच नवराकडे वनी.

नवराले म्हने, ''मन्हा बापनी आपुले गायी दिध्यात पहा.''

नवराले काय नवल वाटनं नही. तो तोंड वाकडं करीसन बायकोले म्हने , ''दिध्या व्हतीन गायी. तुन्हा बापनी म्हशी ते काय दिध्या नहीत ना आपुले?'' ती आखी नाराज व्हयी गयी. आनि बापजवळ वनी.

बापले म्हने, ''तुमना जावई म्हने, दिध्या व्हतीन गायी तुन्हा बापनी. म्हशी कुठे दिध्यात आपुले?''

बाप भोळा भाबडा व्हता. तो म्हने, ''बरं घी जाय उकाव म्हशी.'' म्हशी घी आंडेर नवराकडे वनी .

नवराले म्हने, ''दिध्यात पहा म्हशी मन्हा बापनी.'' तरीबी नवरा तशाच गाल फुगाडी बसना.

म्हने, ''दिध्या व्हतीन म्हशी. त्यामा काय आवढं नवल? तुन्हा बापनी काय घर नही ना करी दिधं मन्हा नाववर?''

आंडेर लगेच बापाकडे वनी. बापले म्हने, "तुमना जवाई म्हनतंस, दिध्या व्हतीन म्हशी, घर ते नही दिधं ना मन्हा नाववर करीसन?"

बाप म्हने, "घर पाहिजे का जवायीले? दिधं घे हायी घर."

आंडेर धावत पळत नवराकडे वनी.

म्हने, "मन्हा बापनी आपुले घर दि टाकं पा." तिले वाटनं आता तरी नवरा खूश व्हयी जाई.

पन नवरा म्हने, "दिधं व्हयी घर. त्यामा काय आवढं? वावर थोडं दिधं माले त्यानी?."

आंडेर आखो वनी बापकडे. बाप जवायीनं घर सोडीसन वावरमा न्हावाले गयथा. मग आंडेर वावरमा गयी.

बापले म्हने, "तुमना जवाई म्हनतंस. सासरानी दिधं व्हयी घर. त्यामा काय आवढं नवल? त्यानी कुठे माले वावर दि टाकं?"

बाप म्हने, "बरं दिधं त्याले वावरबी." मग आंडेर नवराकडे गयी.

म्हने, 'मन्हा बापनी वावरबी दि टाकं आपुले.'

हायी आयकीसन आंडेरना नवरानी सासरानं घर, वावर सगळं ताबामा घी टाकं. सासरा आनि त्याना दोन आंडरो आता दुसराना वावरमार मजुरी करीसन पोट भरा लागात.

जावयीना हावडापनमुळे आनि सोताना भोळसटपनमुळे सासरा बरबाद व्हयी गया.

2

लाडू, जिलेबी आनि पाहुना

नवरा बायकोनं यक जोडपं ऱ्हास. त्यास्न नेकटंच लगन व्हयेल ऱ्हास. यक याळे बायको नवराले म्हने, ''लगन आगोदरना आपला नावं आता बाशी व्हयी गयात. आपू आपला नावं बदली टाकूत. नवा नाव ठिऊत.''

नवरा म्हने, ''तुनं म्हननं खरं शे. पन नवा नावं कोनता ठेवता इतीन''

बायको म्हने, ''तुमनं नाव लाडू ठिवू.''

नवरा म्हने, ''चालई उकाव. आवडनं मन्ह नाव माले. पन तुन्ह नाव काय?''

बायको म्हने, ''मन्ह नाव जिलेबी.''

नवरा म्हने, ''तुन्ह नावबी आवडनं माले. पन मंग आपला बैलस्न नाव काय?''

बायको म्हने, ''पाहुना.''

नवराले हायीबी नाव आवडनं.

तो म्हने, ''वा वा. भयान मस्त नाव ठियात तू.''

मंग येक याळे लाडू वावरमा काम करी ऱ्हायना व्हता. जिलेबीनी त्यानासोबत भाकरी बांधी दिंत्यात. लाडू वावरमा काम करी दमी गया. त्याले भयान भूक लागनी. तो जेवाले बसना. तवढामा त्यानाकडे खरजना पाहुना वनात. 'राम राम श्याम श्याम' जया.

लाडू पाहुनास्ले इचारस, ''जेवानं का? आपू जेवन करू चला.''

पाहुनाबी पायी चाली चाली दमेल व्हतात. भुक्या तिश्या व्हतात. पाहुनास्नी जेवानी तयारी पाहीसन लाडू त्यास्ले म्हनस, ''नहीथे आशे करा ना. घर जिलेबी शे. तुम्ही घर जा. मी येसस मांगेतून.''

जिलेबीनं नाव आयकी पाहुनास्ना तोंडले आखो पानी सुटनं आनि "बरं चालई ना. आमी घरच जातंस. तुम्ही जेवा आठे." आशे म्हनीसन पाहुना घरकडे गावमा निंघतंस.

जिलेबी सैपाक करी पाहुनास्ले वाढाना बेतात व्हास. तवशी लाडू पाहुनास्ले (बैलस्ले) घीसन घर येस. आनि बाहेरतून जोरात म्हनस, "जिलेबी, ह्या पाहुनास्ले बांधी घाल लवकर."

तधळ घरमा बठेल खरोखरजना पाहुनास्ले वाटस, हाऊ भाऊ आपुलेच बांधाले सांगस.

त्यास्नापैकी येकजन बागेचकशी बाकिनास्ले म्हनस, "आठून पळा भो लवकर. जिलेबी राहिनी दूर. त्या आपुले बांधी घालतीन पळा."

आनि जिलेबी पाहुनास्ले (बैलस्ले) बांधीसन घरात वनी तवपावत घरात बशेल सगळा पाहुना गायब व्हयी गयथात.

3

राजानी पोरगी, बायकोच तू

येक नगर ऱ्हास. त्या नगरमा येक राजा राज्य करी ऱ्हायना व्हता. त्या राजाले सात नवसनी येकुलती येकच आंडेर ऱ्हास. ती राजकन्या दिसाले भयान मस्त ऱ्हास.

येक याळे ती राजकन्या रानीले म्हने, ''माय, आज मी नदीवर धुनं धुवाले जाऊ का?''

माय म्हने, ''नको माय, आजून तू उलशी श्यास.''

पन राजकन्या हट्ट धरी बसनी. म्हनीसन रानी तिले धुनं धुवाले नदीवर जाऊ देस.

नदीनी थडीवर भिल लोकस्नी भिलाटी बशेल ऱ्हास. राजानी पोरले पाहीसन भिलाटीमजारला येक कोंबडा नदीवर तिना मांगे मांगे येस. राजकन्या धुनं धुवाले लागनी. तवशी तो

कोंबडा नदीजवळना येक झाडनी फाटीवर बशीसन जोरात मानोसनागत बोंबलाले लागना,

"कूकूच कू, कुकूच कू

राजानी पोर मन्ही बायकोच तू."

राजकन्या घाबरीसन पटकशी घर पळी वनी. आनि घाबरीघुबरी आवाजमा घडेल गोट तिनी मायले म्हंजे रानीले सांगस. पन रानी म्हनस, कोंबडा कुठे बोलस का? तुले तश्या भास जया व्हयी."

दुसरा याळे आखो राजकन्या धुनं धुवाले नदीवर गयी. तव्हढामा तो कोंबडा आखो त्या झाडवर यीसन मानोसना गत बोंबलाले लागना,

"कुकूच कू, कुकूच कू

राजानी पोर मन्ही बायकोच तू."

आखो राजकन्या घाबरीघुबरी व्हयी घर वनी. आनि मायले तिन्ही सांगं. तिसरा याळे राजकन्यासोबत धुनं धुवाले रानीबी वनी नदीवर. आनि झाडनी फाटीवर बशी कोंबडा मानोसनागत बोंबलना,

''कुकूच कू, कुकूच कू

राजानी पोर, मन्ही बायकोच तू.''

रानीबी घाबरी गयी. रानीनी हायी गोट राजाले सांगी दिधी. राजानी लगेच नगरमा दवंडी पिटी.

''हाऊ बोलनारा कोंबडा ज्याना मालकीना व्हयी त्यानी लगेच राजवाडामा येवाले पाहिजे.''

कोंबडाना मालकनी हायी दवंडी आयकी आनि तो भिल घाबरत घाबरत राजाले भेटाले वना.

''महाराज, ह्या गरीबले आपू बलाह्य का?''

राजा: ''हां, कोना शे तो कोंबडा?''

भिल: ''मन्हाच शे महाराज तो कोंबडा. पन महाराज तो येक राजपुत्र शे बरका. त्याले कोनीतरी शाप दिंता म्हनीसन तो कोंबडा व्हयी गया. त्याले ज्या याळे राजकन्या लगननी माळ घालई ना, त्या याळे तो आखो राजपुत्र व्हनार शे.''

राजा: ''कोनी सांगं हायी तुले?''

भिल: "त्या कोंबडानीच सांगं माले महाराज."

राजा: "बर बर. पन हायी खोटं निघनं त्ये मी तुले माफ करनार नही. सुळवर दि टाकसू."

भिल: "चालई महाराज."

राजानी राजकन्यानं लगीन त्या कोंबडासोबत लावानं ठरायं. मंग मंडप दिसन राजकन्याना लगननी तयारी जयी. राजकन्यानी कोंबडाना गळामा माळ घाली. आनि नवलच व्हयी गयं!

कोंबडाना जागे येक सुंदर जवान राजपुत्र तयार व्हयी गया. सगळं नगर, राजा, रानी आनि राजकन्या खुश व्हयी गयात. आनि मंग त्या दोन्ही मस्त राज्य करा लागात.

4

शहाना आनि येडा

दोन सोबती व्हातंस. येक व्हास शहाना आनि दुसरा व्हास येडा. शहाना येडाले म्हनस, "आपू काही तरी पोटपानीकर्ता पैसा कमाडानं शिकी घिवू. मी जास हेटे. तू जाय वऱ्हा."

मंग दोन्ही जन घोडावर बशी निंघनात.

घोडाले चालता चालता रात व्हयी गयी. शहाना येक गावनी हेरजोडे मुक्कामले थांबना. त्यानी त्याना घोडाबी हेरजवळना झाडले बांधा.

येक बाईनी त्या शहानाले दखं. आनि त्याले म्हने, "त्या हेरजवळ रातले थांबू नको भाऊ. तठे भूतं शेत बरं."

तो शहाना पोरगा आयकत नही. तरीबी ती बाई त्याले जेवाले देस. त्याना घोडाले चारा देस. ती बाई त्याले तिन्हा घर बलावस. पन शहाना आयकत नही. तो हेरजवळच झोपस.

रातले त्याले हेरमातून भूतस्न बोलनं आयकू येस. तो कान दिसन आयकी ऱ्हास. येक भूत बाकीना भूतस्ले सांगस, "शेजारना नगरमा येक राजा राज्य करी ऱ्हायना. त्याले यकुलती येक आंडेर शे. पन ती खूप आजारी शे. राजानी भयान उपाय कयात पन बरी व्हत नही. खरा उपायच आजून कोनी कया नही, त्ये ती कशीकाय बरी व्हयी."

बाकिना भूतस्नी इचारं, "तो कोनता उपाय शे?"

ते भूत म्हने, "त्या नगरनंबाहेर येक मोठं वारूळ शे. त्या वारूळमा जर कढईभर उकळेल तेल वतं त्ये वारूळमातीन नागनी कात बाहेर यी. ती कात राजकन्याले चोळी त्ये राजकन्या आजारातीन बरी व्हयी."

शहाना पुल्हाळेच उठना आनि ते जवळनं नगर त्यानी सापडायी काढं. तो राजाले भेटना. पन राजा आतापावत गंजनच उपाय करीसन दमी गयथा. सगळा उपाय व्हयी गयथात. हाऊ आवढा आवढा उलसा पोरगा काय उपाय करयी, म्हनीसन राजाना इसवासच बशे ना त्यानावर. राजानी शहानाले राजवाडातीन बाहेर हाकली दिधं.

पन तवशी रानी म्हने, "आपू इतला उपाय करेलच शेतस. हाऊबी करी पाहू." मग राजानी त्याले परत बलायं आनि उपाय कराले सांगं.

शहानानी राजाकडथाइन कढईभर तेल मांगी घिदं. ते तेल चुल्हावर उकाळं. चटका बसू नही म्हनीसन हातले फडका बांधी

ती कढई उचलीसन त्या नगरनं बाहेर तो गया. तठे वारूळ
व्हतंच. ते तेल त्यानी वारूळमा वती दिधं. लगेच वारूळमातीन
नागनी कात बाहेर वनी. ती शहानानी हातमा घिदी.
राजवाडामा यीसन ती त्यानी राजकन्याना आंगले चोळी.

लगेच राजकन्या उठीच बसनी. जेवाले मांगाले लागी.
राजकन्या ठनठनीत बरी व्हयी गयी.

राजानी शहानाले निम्म राज्य बकशीस दिधं. शहाना घर वना.
तवपावत येडा वऱ्हातीन रिकामा हातवरीच परत इयेल व्हता.
शहाना निम्म राज्य घिसन राजा व्हयी गयथा.

येडानी इचार, ''हायी कशे काय जयं भो?''

शहानानी सांगं, ''भुतंस्मुळे''.

येडानी भूतस्ना पत्ता इचारा. शहानानी सांगा.

येडा आशा पळत गया आनि त्यानी हेरमाच उडी मारी. बिचारा
हेरना खडकवर आदळायी मरी गया.

☙

5

डिबऱ्या मन्हा कामना

येक व्हती म्हतारी. ती येकटीच राहे. तिले मुळबाळ नव्हतं.
रोजनंमाळेक यक याळे तिनी दुध आनं. आनि तापाडाले
चुल्हावर ठियं.

दूध ऊतु गयं. दुधवर झाकन ठेवाकर्ता काही नव्हतं. मंग तिनी
काय कयं. झाकन म्हनीसन दुधना बोघनावर तिन्हा तळहात
ठिया.

तळहातले बसना चटका. चटका बसना तठे वना फोड. तो फोड
रोज मोठमोठा व्हवाले लागना. जसजशा फोड मोठा व्हये
तसतशा तो भयान दुखाले लागना.

यक याळे तो फोड आखो भयानच दुखाले लागना. मंग
म्हतारीनी काय कयं. काटा घिदा आनि फोड फोडा.

फोड मजारतीन निंघनात तीन पोरं. यक पोरगा आनि दोन
पोरी. म्हतारीनी त्या पोरीस्ना नाव ठियात सकू, बकू. आनि

पोऱ्यानं नाव ठियं डिबऱ्या.

म्हतारी सगळास्ले भयान जीव लाये. त्यास्ले तीनी मोठं धाटं कयं. त्यास्ले ती काय काम धाम करू दिये ना. पोरं आखो जरासा मोठा जयात.

मंग म्हतारीनी यक याळे त्या तिन्ही पोरस्नी परीक्षा घेवानं ठरायं. तिनी आजारी पडानं सोंग घिदं. आनि आंथरूनमाच पडी ऱ्हायनी.

म्हतारीनी सकूले हाक मारी, ''सकू, माले पानी आन वं बहीन.''

सकू म्हने, ''नही वं माय. माले आता खेळाले जानं शे.''

म्हतारीनी बकूले हाक मारी, ''बकू, माले पानी आन वं बहीन.''

बकू म्हने, ''तू घेत नी उठीसन. मालेबी खेळाले जानं शे.''

मंग म्हतारी डिबऱ्याले म्हने, ''डिबऱ्या, माले पानी दे रे भाऊ.''

डिबऱ्यानी लगेच म्हतारीले पानी दिधं. म्हतारीले भयान आनंद जया. म्हतारी कडकन उठीसन लगेच म्हनाले लागनी,

“सकू मरो

बकू मरो

डिबऱ्या मन्हा कामना.”

6

कोलोबा, कोलोबा बोर पिकनी

यक म्हतारी जंगलमा यकटीच तिनी झोपडीमा ऱ्हात व्हती. तिना दारशे बोरनं यक झाड व्हतं. त्या झाडना बोरं चवले भयानच गोड व्हतात. आनि ते बोरनं झाड बोरस्न बहरेल व्हतं.

येक कोल्हाले ते झाड दिसनं. रातले म्हतारी झोपी गयी का मंग तो जंगलातीन बागेचकशी इये. पोटभर बोरं खाये आनि म्हतारीना दारशे हागीसन तिन्हा दारलेच भुंडं पुशीसन जंगलमा निंघी जाये.

आशे यक याळे जयं. दोन याळे जयं. आशे करता करता मंग कायमच व्हवाले लागनं. म्हतारी इचार कराले लागनी. हाऊ कोल्हा बोरना बोरं खास त्ये खास, हागीसन दारले भुंडबी पुशी जास. कोल्हानी हायी खोड कशी मोडता यी बरं?

कोल्हानं जशे वागनं व्हतं तशे सुरूच व्हतं. रोज रातले इये. बोरं खाये, आनि हागीसन म्हतारीना दारले भुंडं पुशी जाये.

येक याळे म्हतारीले युक्ती सुचनी. तिनी येक फाळ लालजरत व्हवापावत ताताडी घिदा. झोपानं आगोदर दारमा ठि दिधा. आनि दार लायी झोपी गयी.

रातले कोल्हा वना. त्यानी पोटभर बोरं खादात. हागीसन दारले भुंड पुसाले गया. त्याना भुंडीले फाळना आशा जोरात चटका बसना कनी, लागना जोरजोरात 'कुई कुई' कराले.

म्हतारी जागी व्हयीसन दारमातीन म्हने, ''कोल्होबा, कोल्होबा बोर पिकनी.''

कोल्हा कुई कुई करी म्हने, ''नही वो बोय, मन्ही भुंडी शेकनी.''

म्हतारी: ''कोल्होबा, कोल्होबा बोर पिकनी.''

कोल्हा: ''नही वो बोय, मन्ही भुंडी शेकनी.''

कोल्हा जंगलमा पळी गया. तैनपशी आखो म्हतारीना बोरं खावाले वनाच नही. त्यानी खोडच मुडी गयी कायमनी.

7

राक्षस, राजपुत्र आणि राजकन्या

येक राजपुत्र शिकारकर्ता जंगलमा आथा तथा भवडत व्हता. त्याले तीस लागनी. तवढामा त्याले झाडस्मा येक घर दिसनं. तो त्या घरजोडे गया. पन घरमातीन कोनीच चाहूल लागे ना. त्यानी दार वाजी पाह्य. कडी वाजी पाही. पन मजारतीन दार काय कोनी उघाडं नही.

घरना आजूबाजूले दुसरं दार शे का, ते बी तो पाव्हाले लागना. त्याले यक खिडकी दिसनी. त्या खिडकीमजारतीन त्यानी ढुकी पाह्य, तधळ त्याले त्या घरमा येक राजकन्याले बांधी ठियेल शे आशे दिसनं. तिले झ्याम इयेल व्हती. म्हनीसन ती बोलत नव्हती.

तो राजपुत्र कशातरी त्या खिडकीमातून घरात शिरना. त्यानी राजकन्याले बांधेल दोरमातीन सोडं. राजकन्या सावध जयी. मंग ती राजपुत्रले म्हने, "मी येक राजकन्या शे. येक राक्षसनी माले आठे पळायी आनं आनि बांधी घालं. तो मन्हासांगे

बळजबरीखाल लगन करनार शे. तो बाहेर शिकार कराले गया. आता तो इच परतीसन.''

राजपुत्र म्हने, ''चाल, आपू आठून लवकर पळी जाऊ.''

राजकन्यानी पळानी तयारी कयी. तवढामा खिडकीमातीन राजकन्याले दुरतीनच राक्षस घरकडे यी ऱ्हायना आशे दिसनं. राजकन्या म्हने, ''राक्षस वना. आते नही पळता येनार. तो आपला पाठलाग करई. आनि तुम्हले मारी टाकई.''

मंग राजपुत्रनी घाई चपाटामा राजकन्याले आगोदरना माळेक दोरवरी खोटं खोटं बांधी ठियं. आनि तो म्हने, ''तू राक्षससोबत खोटं खोटं गोड बोल. तू त्यानासोबत लगन कराले तयार श्यास आशे सांग. म्हंजे तो बेसावध राही. आपुले पळाले सोपं व्हयी जाई. मी आठेच कोपरामा दपी घेस.''

राजपुत्र त्या मोठा घरना येक कोपरामा दपी जास.

तवढामा राक्षस वना. त्यानी घरनं दार उघाडं. राजकन्याजवळ वना. वास घिदा. आनि म्हने, ''आठे कोनी वनं व्हतं का?''

राजकन्या म्हने, ''नही.''

राक्षस म्हने, ''मंग माले आशा कशा वास येस?''

राजकन्या म्हने, ''मन्हाच वास येत व्हयी.'' मंग राजकन्या लगेच पुढे म्हने, ''मी भयान इचार कया. आनि आता माले वाटा लागं, तुमनासोबतच लगन करवा. मी आता काय मन्हा बापकडे परत जानार नही. तुम्ही खूप चांगला शेतस, हायी मन्हा ध्यानमा वनं.''

राक्षसले आनंद जया. आनंदना भरात त्याले वास येनं बंद व्हयी गयं. तो म्हने, ''खरं काय?''

राजकन्या म्हने, ''खरचं ना. तुमनी सपथ शे.''

राक्षसनी लगेच राजकन्याले बांधेल दोर सोडी टाका. राजकन्या म्हने, ''आपू सकाळ लगन करूत. पन माले आता खूप काहीतरी चांगलं गोड खावानी वढ लागी. तोंडले पानी सुटनं. मन्हाकर्ता चांगला ताजा फळं जंगलमातीन घी येतत नी.''

राक्षस म्हने, ''मंग. काबरं नही? मी भयान खूस व्हयी गवू. आत्ताच घी येस ताजा ताजा फळं.''

राजकन्या म्हने, ''थांबा ना जरासं. मन्ह आयका. इतली घाई करू नका. तुमले ह्या जंगलमा मस दुसमन व्हतीन. तुमनं बरंवाईट जयं त्ये मी कोना तोंडकडे दखू? काळजी घीसन घर या. माले काळजी लागी ऱ्हायी तुमनी.''

राक्षसले राजकन्याना जिव्हाळाना शबुद आयकीसन आखो आनंद जया. तो म्हने, ''तू अजिबात चिंता करू नको. माले काहीच व्हनार नही. माले कोनी तलवारघाई मारं तरी मी

मरनार नही. आता तुले सांगीच टाकस. तू काय आत्ये परकी थोडीच श्यास? तू आता मन्ही बायकोच व्हनार श्यास ना! त्या पिंजरामा जो पोपट कोंडेल शे ना, त्यानामा मन्हा जीव शे. बाहेर माले कोनी कितीबी मारं तरीबी मी मरनार नही. पन हाऊ पोपट कोनी मारा त्ये मी आपोआप मरी जासू. म्हनीसन आता तू यानं पुढे मी जंगलात जायेल ऱ्हायनू तधळ तू फगत या पोपटनी नीट काळजी घेवानी! त्याले जीव लावना. मंग माले काहीच व्हनार नही."

राजकन्यानी डोळा मोठा करीसन पिंजरामजारला पोपट पाह्या. आनि अंधारा कोपरातीन राजपुत्रबी हायी सगळं आयकत व्हता. राजपुत्रनी युक्ती यकदम बरोबर व्हती.

राजकन्या म्हने, "आशे शे का. मंग तुम्ही आजिबात चिंता करू नका आता. मी त्या पोपटनी नीट काळजी घीसू. माले फळस्नी भयान भूक लागनी. आना ना लवकर."

राक्षस मनातलामनात खूश व्हत जंगलमा निंघी गया. दूरपावत राक्षस दिशे तवपावत राजकन्या पाही राहिनी. राक्षस दिसेनासा जया आणि तिनी राजपुत्रले खुनकाडं. राजपुत्र बाहेर वना. त्यानी त्या पोपटकडे पाह्य, "काढू का मंग याले बाहेर?"

राजकन्या म्हने, "थांबा अजून. जरासं दूर जाऊ द्या त्याले."

घटकाभर थांबीसन राजपुत्रनी पिंजरामा हात घालीसन पोपट धरा. तवढामा आथं राक्षसले काय ते समजी गयं. तो जोरात घरकडे पळा लागा. तवढामा राजपुत्रानी पोपटना येक पाय

मोडा. तथा राक्षसनाबी यक पाय मुडना. तरीबी तशाच राक्षस यक पायघाई लंगडत लंगडत घरकडे पळा लागा. राजकन्यानी राक्षसले घरकडे यी ऱ्हायना आशे पाह्य. तिनी तशे राजपुत्रले सांगं. लगेच राजपुत्रनी पोपटना दुसरा पायबी मोडा. राक्षसनाबी तथा दुसरा पाय मुडी गया.

तरीबी तो तशाच भुईवर गरबडत घरकडे जोरात येवाले लागना. तवढामा तो ''घात जया, घात जया'' अशा आरोळ्या ठोकत घरना दारपावत यी लागा. तवश्यात राजपुत्रनी पोपटनी मुंडीच पिरगाळी दिधी. पोपट मरी गया. आनि राक्षसबी दारातच मरी पडना.

राजपुत्र राजकन्याले घीसन राजकन्याना बापकडे तिना नगरमा वना. राजकन्यानी तिना बापले घडेल सगळी गोट सांगी. राजाले राजकन्या सुखरूप शे आशे पाहीसन भयान आनंद जया. राजानी त्या दोन्हीस्न लगन लायी दिधं आनि दोन्हीस्ले निम्म राज्य बक्षिस दिधं. मंग त्या दोन्ही जन सुखमा नांदाले लागनात.

8

राम राम पाव्हना

यक गावमा म्हतारा म्हतारीनं जोडपं ऱ्हाये. यक याळे त्या
गावमा यक कीरतनकार महाराजनं कीरतन व्हतं.

संध्याकाळ जयी. जेवनं खावनं जयात. तवढामा म्हतारी
म्हताराले म्हने, ''आज देऊळमा कीरतन शे म्हने. तुम्ही
कीरतनले जायी येतं नहीत!''

म्हताराले कीरतन म्हंजे काय, ठाऊक नव्हतं. तो मंदिरमा
कीरतन आयकाकर्ता गया. तठे काही लोक गोळा व्हयी ऱ्हायना
व्हतात. काही लोक पारवर बशी चावळी ऱ्हायना व्हतात.
कीरतनले आजून येळ व्हता.

म्हताराले पाहीसन त्यामातला येक जन म्हने, ''राम राम पाव्हना.'' म्हतारा त्यानाजवळ उभा राह्यना. तवढामा तो मानोस म्हने, ''बसा, बसा पाव्हना.'' म्हतारा बसना. आजून काहीच व्हतं नव्हतं. मंग म्हताराले वाटनं, ''राम राम पाव्हना. बसा बसा पाव्हना'' यालेच कीरतन म्हनत व्हतीन.

कीरतनले आजून येळ व्हता, हायी काही म्हताराना ध्यानमा वनं नही. म्हताराले वाटनं, आशेच कीरतन ऱ्हात व्हयी. म्हतारा उठना. तवढामा तो मानोस म्हने, ''चालनात पाव्हना.'' म्हतारा मोऱ्हे चालाले लागना. तवढामा तो मानोस आखो म्हने, ''बरं, जा जा पाव्हना.''

म्हतारा घर वना. म्हतारीनी इचारं, ''कीरतनले नही गयात का?''

म्हतारा म्हने, ''मंग तठून त्ये यी ऱ्हायनू.''

म्हतारी: ''आवढामा व्हयी गयं कीरतन?''

म्हातारा: ''मंग येकदम सोपं ऱ्हास कीरतन...

'राम राम पाव्हना

बसा बसा पाव्हना

चालनात पाव्हना

बरं जा जा पाव्हना'

मन्ह पाठ व्हयी गयं पाह्य कीरतन.''

म्हतारा घरमा झोपी गया. झोप लागापावत तो मनचावळखाल म्हनी ऱ्हायना व्हता,

'राम राम पाव्हना

बसा बसा पाव्हना

चालनात पाव्हना

बरं जा जा पाव्हना'

म्हतारा तशाच झोपी गया. रातले म्हताराना घर चोर वनात. चोर घरमा शिरनात. तवढामा म्हतारा झोपमा बरळना,

''राम राम पाव्हना'' चोर दचकनात. म्हतारा जागा शे, आशे त्यास्ले वाटनं. त्या गुपचूप उभा राही गयात. तवशी म्हतारा म्हने, ''बसा बसा पाव्हनं.'' चोर आखो दचकनात. म्हतारानी आपुले पाह्य आनि तो मुद्दाम आपुले पाहुना म्हनस, आशे

चोरस्ले वाटनं. आता हाऊ म्हतारा गोड बोलीसन आपुले थांबाडी घी आनि गावकरीस्ले बलायी घी, आशे चोरस्ले वाटनं. म्हनीसन येक चोर दुसराले म्हने, "मोऱ्हे नको जाऊ. मांगे फिर."

चोर मांगे फिरनात. तवशी म्हतारा म्हने, "चालनात पाव्हना?" चोर पळाना बेतात व्हतात. तवशी म्हतारा म्हने, "बरं, जा जा पाव्हना."

चोर हायी आयकीसन आशे जोरात पळाले लागनात कनी. मजार कथा थांबनातच नहीत.

रामपाऱ्हे म्हतारा म्हतारी उठनात. तधळ त्यासले घरनं दार उघडं दिसनं. मंग त्यासले कळनं, घरमा चोर वंथात आनि चोरी न करताच पळी गयात.

म्हतारा जर रातले कीरतनले जाता ना आनि बरळता ना त्ये म्हतारा म्हातारीना घरमा मोठी चोरी व्हयी जाती. म्हनीसन आता आपूबी कीरतन म्हनू चला,

"राम राम पाव्हना, बसा बसा पाव्हना

चालनात पाव्हना, बरं जा जा पाव्हना."

9

याळनं सपन

येक आळसायेल मानुस व्हता. तो काहीच कामधंदा करे ना. नुसता गावभर भवडे आनि घरमा यी उघडा डोळास्मा सपन दखे. कोनी जेवाले दिधं ते जेवन करे. कष्टनं काम कराले भयान रूते त्याले.

यक याळे तो भवडत भवडत येक झाडखाल बठना. तठे त्याले झाडखालच कोंबडीनं यक आंडं सापडनं. ते तो घर घी वना. आंडं मोऱ्हे ठियं आनि तो लगेच उघडा डोळास्वरी आखो सपन दखा लागा.

...हायी आंडं आपू आता आशेच येक कोपरामा ठी दिऊत. काही याळमा ह्या आंडामातीन येक कोंबडीनं पिल्ल बाहेर निंघई. ते पिल्ल मोठं व्हई. काही दिनमा आख्खी कोंबडी दखाई.

मंग ती कोंबडी रोज आंडा दि. त्या सगळा आंडा आपू साचाडी ठिवू. मंग कोंबडी खूड वनी का तिले आंडास्वर बसाडू. मंग आजून काही दिवस गयात का त्या आंडास्मातीन पिल्ला बाहेर

इतीन. त्या मोठा व्हतीन.

त्या सगळ्या कोंबड्या आखो रोज आंडा दितीन. आपू त्या आंडा इकूत. कोंबड्याबी इकूत. आपलाकडे भयान पैसा इतीन. मंग त्या पैसास्वरी गाई म्हशी घिवूत. त्यास्ना दुधना पैसा इतीन.

मंग घर बांधू. बायको करू. खुशालीमा राहू. बायको माले जेवन वाढई. मन्ह काम आयकी. तिन्ही जर नही म्हनं, त्ये मी तिले आशी लाथ घालसू कनी...

आनि त्यानी त्या सपनना इचारमा खरोखरजनी लाथ मारी. ती लाथ लागनी नेमकी मोऱ्हे ठियेल आंडाले. आंडं गय जोरात गरबडत आनि मोऱ्हली भीतवर दनकन आदळायनं. आंड भीतवर आदळताच फुटी गयं.

आनि त्या आळसायेल मानोसनं हायी सपनबी आशेच वाया गयं.

10

करनी तशी भरनी

दोन चोर व्हतात. त्या दोन्ही मिळीसन चोरी करेत. चोरी आनेल मालना, पैसास्ना दोन्हीसमा सारखा वाटा पाडेत.

यकदाव त्यास्नी भयान मोठी चोरी कयी. ह्या चोरीमा भयान पैसा, सोनं, डागिना आशी संपत्ती त्यास्ले मिळनी. हायी चोरी करीसन त्या परती ऱ्हायना व्हतात. तधळ त्या वाटवर खावाकर्ता काही खावान्या जिनसा त्यास्नी इकत घिद्यात.

चोरीमा मिळेल पैसा टक्का, संपत्ती मस व्हती. म्हनीसन दोन्हीसले त्या संपत्तीनी हाव वाटा लागी.

येकले वाटनं आपू कायम इश सोबत ठेवतंस. चोरी कराकर्ता कुत्रासले भाकरमातीन देवानं इश या आपला सोबतीले दिधं, त्ये हायी सगळी संपत्ती आपली यकटानी व्हइ जायी. पन या खावाना जिनसास्मा इश टाकानं व्हई त्ये आपला सोबतीले दूर कथंतरी धाडाले पाहिजे. मंग त्याले युक्ती सुचनी. तो सोबतीले लाडीगोडी लावत म्हने,

"कितला दिवसातीन आज आपुले चांगली मस संपत्ती मिळनी. आपुले भूकबी लागेल शे आता. ह्या जिनसा खावानं आगोदर आपू जराशी दारू पिऊत. मी आठे नदीमा हायी संपत्तीनं राखन करस. तू शेजारना पाडामातून गावठी दारू घी ये. दारू पिसन ह्या जिनसा आपू खावूत. मंग घर जाऊ."

दुसरा सोबतीलेबी हायी पटनं. तो दारू आनाकर्ता जवळनाच पाडावर गया.

आथा हाऊ सोबती खावाकर्ता घियेल जिनसास्ना दोन वाटा करस. दुसरा वाटामा इश टाकी ठेवस आनि सोबतीनी वाट पाही -हास.

दारू घेवाले जो सोबती जास त्यानीबी तिकडे नियत फिरी जास. तो दोन बाटल्या दारू घेस. येकमा इश टाकस आनि त्या बाटलीवर उलशी खून करी ठेवस.

सोबतीजोडे इसन इश टाकेल दारूनी बाटली तो सोबतीले देस. आपू सवता चांगली दारू पेस. पोटात इश चरी गयं म्हनीसन दुसरा चोर नदीमा मरी पडस. त्या आनंदमा पहिला चोर मिठाई

खास आनि त्या खावान्या जिनसास्मा इश ऱ्हावामुळे तो बी मरी जास.

त्या दोन्हीस्नी चोरी आनेल संपत्ती आता तशीच बेवारशी पडी ऱ्हास. म्हंतस ना, करनी तशी भरनी. दुसरं काय म्हंता यी याले.

๛

भाग दोन :

'अहिराणीत ऐकलेल्या कथा'

मराठी भाषांतर

(बालकथा)

11

भोळा सासरा मतलबी जावयी

एक भोळसट शेतकरी होता. त्याला दोन मुलं व एक मुलगी होती. त्याच्याजवळ शेती होती. गायी, म्हशी, बकऱ्या असे सगळे पाळीव प्राणीही त्याच्याजवळ होते. शेतकरी स्वभावाने गरीब होता. आपल्याला नातेवाईकांनी, लोकांनी चांगलं म्हणावं, असं त्याला वाटायचं.

त्याने एक चांगल्या घराण्यातला एक तरूण शोधून त्याच्याशी आपल्या मुलीचं लग्न लावून दिलं. मुलगी नांदायला गेली. पहिल्या सणाला शेतकरी बापाने मूळ लावून मुलीला माहेरपणाला आणलं. सासरी जाताना तिला भेट म्हणून दोन कोंबड्या दिल्या. मुलीला आनंद झाला.

मुलगी सासरी येताच नवऱ्याला म्हणाली, ''माझ्या वडिलांनी आपल्याला दोन कोंबड्या भेट दिल्या.''

तिचा नवरा मतलबी होता. त्याला काही खूप आनंद झाला नाही. तो बायकोला म्हणाला, ''दिल्या असतील दोन कोंबड्या, त्यात काय एवढं? कोंबड्याच दिल्या ना? बकऱ्या तर काही दिल्या नाही ना तुझ्या बापाने?''

हे ऐकुन मुलगी हिरमुसली. तशीच ती बापाजवळ आली. मुलगी नाराज पाहून वडील म्हणाले, ''काय झालं बाई?''

''माझा नवरा म्हणे, तुझ्या बापाने कोंबड्याच दिल्या फक्त, बकऱ्या काही दिल्या नाहीत आपल्याला.''

बाप म्हणाला, ''बकऱ्याच पाहीजेत ना. घेवून जा ना बकऱ्या. त्यात काय एवढं?'' असं म्हणून बापाने दोन बकऱ्या मुलीला दिल्या. मुलीची कळी खुलली.

मुलगी धावत पळत नवऱ्याकडे आली. नवऱ्याला म्हणाली,

''माझ्या वडलांनी आपल्याला बकऱ्या दिल्यात पहा.''

नवरा लगेच म्हणाला, ''दिल्या असतील बकऱ्या. त्यात काय एवढं नवल. तुझ्या बापाने गायी तर काही दिल्या नाहीत ना आपल्याला?''

मुलीचा पुन्हा हिरमोड झाला. ती तशीच बापाकडे धावत आली. बापाने तिचा नूर ओळखला आणि म्हणाला, ‘‘आता काय झालं आणखी?’’

मुलगी म्हणाली, ‘‘माझा नवरा म्हणतो, तुझ्या बापाने बकऱ्याच दिल्यात ना. गायी तर नाही दिल्या ना आपल्याला?’’

वडील म्हणाले, ‘‘असं म्हणे का जावाई. घेऊन जा ना आता गायी.’’ पोरीची कळी खुलली. ती आनंदी होत नवऱ्याकडे आली.

नवऱ्याला म्हणाली, ‘‘माझ्या वडलांनी आपल्याला गायी दिल्यात पहा.’’

नेहमीप्रमाणे नवऱ्याला काही आश्चर्य वाटलं नाही. तो तोंड वाकडं करून बायकोला म्हणाला, ‘‘दिल्या असतील गायी. तुझ्या बापाने म्हशी तर काही दिल्या नाहीत ना आपल्याला?’’ ती आणखी नाराज झाली. आणि बापाजवळ आली.

बापाला म्हणाली, ‘‘तुमचा जावई म्हणतो, दिल्या असतील गायी तुझ्या बापाने. म्हशी कुठं दिल्या आपल्याला?’’

बाप भोळा भाबडा होता. तो म्हणाला, ‘‘बरं घेऊन जा ना म्हशी.’’ म्हशी घेवून मुलगी नवऱ्याकडे आली.

नवऱ्याला म्हणाली, ''दिल्या पहा म्हशी माझ्या वडलांनी.'' तरीही नवरा तसाच गाल फुगवून बसलेला.

म्हणाला, ''दिल्या असतील म्हशी. त्यात काय एवढं नवल? तुझ्या बापाने काय घर नाही ना करून दिलं माझ्या नावावर?''

मुलगी लगेच बापाकडे आली. बापाला म्हणाली, ''तुमचे जावई म्हणतात, दिल्या असतील म्हशी, घर तर नाही दिलं ना माझ्या नावावर करून?''

बाप म्हणे, ''घर पाहिजे का जावयांना? दिलं जा.'' मुलगी धावत पळत नवऱ्याकडे आली.

म्हणाली, ''माझ्या वडलांनी आपल्याला घर देवून टाकलं.'' तिला वाटलं आता तरी नवरा खूश होईल.

पण नवरा म्हणाला, ''दिलं असेल घर, त्यात काय एवढं? शेती थोडी दिली मला त्यांनी?.''

मुलगी आणखी आली बापाकडे. बाप जावयाचं झालेलं घर सोडून शेतात रहायला गेला होता. मग मुलगी शेतात गेली.

वडलांना म्हणाली, ''तुमचे जावई म्हणतात. सासऱ्यांनी दिलं असेल घर. त्यात काय एवढं नवल? त्यांनी कुठं मला शेती देऊन टाकली?''

बाप म्हणाला, ''बरं दिलं चल शेतही तुला. आता तरी आनंदी राहशील ना?'' मग मुलगी नवऱ्याकडे गेली.

म्हणाली, ''दिलं पहा शेत पण आपल्याला.'' हे ऐकून लगेच मुलीच्या नवऱ्याने सासऱ्याचं घर, शेत सर्व ताब्यात घेऊन टाकलं. सासरा आणि त्याचे दोन मुलं दुसऱ्याच्या शेतावर मजुरी करून पोट भरू लागले.

जावयाच्या मतलबीपणामुळे व स्वतःच्या भोळेपणामुळे सासरा बरबाद झाला.

12

लाडू, जिलेबी आणि पाहुणे

नवरा बायकोचं एक जोडपं असतं. त्यांचं नुकतेच लग्न झालेलं
असतं. एके दिवशी बायको नवऱ्याला सांगते, ''आपली
लग्नाआधीची नावं खूप जूनी झालीत. आपण आपली नावं
बदलून घेऊ. नवीन ठेऊ.''

नवरा म्हणतो, ''तुझं म्हणनं बरोबर आहे. पण नवीन नावं काय
ठेवायची?''

बायको म्हणते, ''तुमचं नाव लाडू ठेवू.''

नवरा म्हणाला, ''वा वा छान आहे माझं नाव. पण तुझं नाव
काय?''

बायको म्हणाली, ''माझं नाव जिलेबी.''

नवरा म्हणाला, ''वा वा फारच छान. पण आपल्या बैलाचं नाव काय?''

बायको म्हणाली, ''पाहुणे.''

नवऱ्याला हे ही नाव आवडलं.

म्हणाला, ''वा वा. फारच छान.''

एक दिवस लाडू शेतात काम करत होता. जिलेबीने त्याच्याबरोबर भाकरी बांधून दिलेल्या असतात. लाडू काम करून थकलेला असतो. त्याला खूप भूकही लागलेली असते. तो जेवायला बसतो. तेवढ्यात त्याच्या शेतात खरोखरचे पाहुणे येतात. 'राम राम' होतो. लाडू पाहुण्यांना विचारतो, ''जेवायचं का? आपण जेवण करू चला.''

पाहुणेही पायी चालून चालून दमलेले असतात. त्यांना भूक लागलेली असते. त्यांची जेवायची तयारी पाहून लाडू म्हणतो, ''नाहीतर असं करा ना. घरी जिलेबी आहे. तुम्ही घरी जा. मी येतोच मागून.''

जिलेबीचं नाव ऐकून पाहुण्यांच्या तोंडाला पाणी सुटतं आणि ''ठीक आहे. आम्ही घरीच जातो. तुम्ही जेवा इथं.'' असं म्हणून पाहुणे घरी जातात.

जिलेबी स्वयंपाक करून पाहुण्यांना वाढण्याच्या तयारीतच असते. तेवढ्यात लाडू पाहुण्यांना (बैलांना)घेऊन घरी येतो. आणि बाहेरूनच मोठ्याने म्हणतो, ''जिलेबी, ह्या पाहुण्यांना बांधून घाल लवकर.''

तेव्हा घरात बसलेल्या खरोखरच्या पाहुण्यांना वाटतं, हा आपल्यालाच बांधायला सांगतो. एकजण म्हणतो, ''इथून पळा लवकर. जिलेबी राहिली दूर. ते आपल्याला बांधून घालतील पळा.''

आणि जिलेबी पाहुण्यांना (बैलांना)बांधून परतली तोपर्यंत घरातले सगळे पाहुणे गायब झाले होते.

13

राजाची मुलगी, बायकोच तू

एक नगर होतं. त्या नगरात एक राजा राज्य करीत होता. त्या राजाला एकुलती एक मुलगी होती. ती राजकन्या दिसायला परीसारखी खूप सुंदर होती.

एक दिवस ती राजकन्या राणीला म्हणाली, "आई, आज मी नदीवर धुणं धुवायला जाऊ का?"

आई म्हणाली, "नको, अजून तू लहान आहेस."

पण राजकन्या हट्ट धरून बसली. म्हणून राणी तिला शेवटी धुणं धुवायला नदीवर जाण्यासाठी परवानगी देते.

नदीच्या काठावर भिल लोकांची भिलाटी वसलेली असते. राजकन्येला पाहून भिलाटीतला एक कोंबडा नदीवर राजकन्येच्या मागेमागे येऊ लागतो. राजकन्या नदीत धुनं धुवू

लागते. तेव्हा तो कोंबडा नदीजवळच्या एका झाडाच्या फांदीवर बसून जोरजोरात बोलू लागतो,

''कूकूच कू, कुकूच कू

राजाची पोर माझी बायकोच तू''

राजकन्या हे ऐकून घाबरून जाते. पटकन घरी येते. आणि घाबऱ्याघुबऱ्या आवाजात घडलेली घटना राणीला सांगते. पण राणी म्हणते, ''कोंबडा कधी बोलतो का? तुला तसा भास झाला असेल.''

दुसऱ्या दिवशी पुन्हा राजकन्या धुणं धुवायला नदीवर गेली. तेव्हाही तो कोंबडा लगेच त्या झाडावर बसून जोरजोरात ओरडू लागला,

''कुकूच कू, कुकूच कू

राजाची पोरगी माझी बायकोच तू''

पुन्हा राजकन्या घाबरून घरी परत आली. आणि आईला सांगितलं. तिसऱ्या दिवशी राजकन्येबरोबर धुणं धुवायला राणीही नदीवर आली. आणि लगेच कोंबडा ओरडला,

"कुकूच कू, कुकूच कू

राजाची पोरगी, माझी बायकोच तू"

राणी पण घाबरून गेली आता. घरी परत आली. राणीने ही घटना राजाला सांगितली. राजाने नगरात दवंडी पिटली.

"नदीजवळ बोलणारा कोंबडा ज्याच्या मालकीचा असेल त्याने ताबडतोब राजवाड्यात यावं."

कोंबड्याच्या मालकाने ही दवंडी ऐकली आणि तो भिल घाबरत घाबरत राजाला भेटायला गेला.

"महाराज, ह्या गरीबाला आपण बोलवलं का?"

राजा: "हो, कोणाचा आहे तो कोंबडा?"

भिल: "माझाच आहे महाराज तो कोंबडा. पण महाराज तो एक राजपुत्र आहे. त्याला कोणाचातरी शाप आहे म्हणून तो कोंबड्याच्या रूपात आहे. त्याला ज्या दिवशी राजकन्या लग्नाची माळ घालेल त्या वेळी तो आपल्या मूळ रूपात येईल."

राजा: "कोणी सांगितलं तुला हे?"

भिल: "त्या कोंबड्यानेच सांगितलं महाराज."

राजा: "ठीक आहे. पण हे जर खोटं निघालं तर मी तुला माफ करणार नाही. फासावर देईल."

भिल: "होय महाराज."

राजाने राजकन्येचा विवाह त्या कोंबड्याबरोबर लावायचा निर्णय घेतला. मुहूर्त काढला. राजकन्येने कोंबड्याच्या गळ्यात माळ घातली. आणि काय आश्चर्य! कोंबड्याचा एक सुंदर तरणाबांड राजपुत्र झाला. सर्व नगर आनंदीत झालं. आणि ते दोघं सुखाने राज्य करू लागले.

14
शहाणा आणि वेडा

दोन मित्र होते. एक होता शहाणा आणि दुसरा होता वेडा. शहाणा वेड्याला म्हणाला, ''आपण काही तरी पोटपाण्यासाठी पैसे कमवायचं शिकून घेऊ. मी जातो पूर्वेकडे. तू जा पश्चिमेकडे.'' आणि मग ते ठरवल्याप्रमाणे दोन्ही घोड्यांवरून निघाले.

चालता चालता रात्र झाली. शहाणा एका गावातील विहिरीजवळ मुक्कामाला थांबला. त्याचा घोडा त्याने विहिरीजवळच्या झाडाला बांधला.

एक बाई त्या शहाण्याला विहिरीजवळ पाहते. आणि त्याला सांगते, ''त्या विहिरीजवळ रात्री थांबू नको. तिथं भूतं आहेत.''

तो शहाणा मुलगा ऐकत नाही. ती बाई त्याला जेवण देते. घोड्याला चारा देते. त्याला तिच्या घरी बोलवते. पण शहाणा ऐकत नाही. तो विहिरीजवळच झोपतो.

रात्री त्याला विहिरीतून भूतांचं बोलणं ऐकू येतं. तो कान देऊन ऐकू लागतो. एक भूत इतर भूतांना सांगत असतं, ''शेजारच्या नगरात एक राजा राज्य करतो. त्याला एकुलती एक मुलगी आहे. पण ती खूप आजारी आहे. खूप उपाय झालेत पण ती बरी होत नाही. कारण खरा उपाय अजून कोणी केलाच नाही.''

इतर भुतांनी त्या भुताला विचारलं, ''तो कोणता उपाय?''

ते भूत सांगू लागलं, ''त्या नगराबाहेर एक मोठ वारूळ आहे. त्या वारूळात जर कढईभर उकळलेलं तेल ओतलं, तर वारूळातून नागाची कात आपोआप बाहेर येईल. ती कात राजकन्येला चोळली तर राजकन्या आजारातून बरी होईल''.

हे ऐकून शहाणा पहाटेच उठला आणि ते जवळचं नगर त्याने शोधून काढलं. तो राजाला भेटला. पण राजा उपाय करून थकला होता. सर्व उपाय झाले होते. हा एवढा एवढा पोरगा काय उपाय करेल, म्हणून त्याच्यावर राजाचा विश्वास बसत नव्हता. राजाने शहाण्याला झिडकारलं. राजवाड्याबाहेर हाकलून दिलं.

पण राणीने राजाची समजूत काढली, ''एवढे उपाय केलेत. हा ही करून पाहू.'' राजाला ते पटलं. मग राजाने त्या शहाण्याला परत बोलवून राजकन्येवर उपाय करायची परवानगी दिली.

शहाण्याने राजाकडून कढईभर तेल मागवून घेतलं. ते तेल उकळवलं. हाताला चटके बसू नयेत म्हणून फडके बांधून ती गरम कढई त्या नगराच्या बाहेर घेऊन आला. तिथं त्याला

वारूळ दिसलं. ते गरम तेल त्याने वारूळात ओतलं. लगेच वारूळातून नागाची कात बाहेर आली. ती शहाण्याने हातात घेतली. राजवाड्यात येऊन ती राजकन्येच्या अंगावर चोळली.

लगेच राजकन्या अंथरूनातून उठून बसली. जेवायला मागू लागली. राजकन्या ठणठणीत बरी झाली. राजाला आनंद झाला. राजाने शहाण्याला अर्धे राज्य बक्षीस दिलं.

शहाणा घरी आला. तोपर्यंत वेडा खाली हातानेच पश्चिमेकडून परतला होता. शहाणा अर्धे राज्य मिळवून राजा झालेला होता. वेड्याने विचारलं, "हे सगळं कसं झालं?"

शहाण्याने सांगितलं, "भुतांमुळे."

वेड्याने शहाण्याजवळ भुतांचा पत्ता विचारला. शहाण्याने सांगितला. वेडा लगेच पळत पळत आला आणि त्याने विहिरीत उडी मारली.

विहिरीतल्या खडकावर आदळून बिचारा वेडा मरून गेला.

15

डिबऱ्या माझ्या कामाचा

एक होती म्हातारी. ती एकटीच राहत होती. तिला मुळबाळ नव्हतं. एके दिवशी तिने दूध आणलं. आणि तापवण्यासाठी ते चुल्ह्यावर ठेवलं.

दूध उतू गेलं. दुधावर झाकण ठेवण्यासाठी म्हातारीकडे काही नव्हतं. मग तिने काय केलं. झाकण म्हणून दुधाच्या पातिल्यावर तिचा तळहात ठेवला.

तळहाताला बसला चटका. म्हणून तिथं आला फोड. तो फोड रोज मोठमोठा व्हायला लागला. जसजसा फोड मोठा व्हायचा तसतसा तो दुखू लागला.

एके दिवशी तो फोड खूपच दुखू लागला. मग म्हातारीने काय केलं. कुंपणातला काटा घेतला आणि फोड फोडला.

फोड फोडताच फोडातून निघाले तीन मुलं. एक मुलगा आणि दोन मुली. म्हातारीने मुलींची नावं ठेवलीत... सकू, बकू. आणि

मुलाचं नाव ठेवलं डिबऱ्या.

म्हातारी तिन्ही मुलांना खूप जीव लावायची. त्यांना तीने मोठं केलं. त्यांना ती काही काम करू देत नव्हती. मुलं आणखी थोडेसे मोठे झाले.

मग म्हातारीने एक दिवस त्या तिन्ही मुलांची परीक्षा घ्यायचं ठरवलं. तिने आपण आजारी असल्याचं नाटक केलं. आणि अंथरूणात झोपून राहिली.

मग म्हातारीने सकूला हाक मारली, ''सकू, मला पाणी आण गं बाई.''

सकू म्हणाली, ''नाही ग आई. मला खेळायला जायचं आहे. तू घे.''

म्हातारीने बकूला हाक मारली, ''बकू, मला पाणी आण गं बाई.''

बकू म्हणाली, ''तू घे ना उठून. मला पण खेळायला जायचं आहे.''

मग म्हातारी डिबऱ्याला म्हणाली, ''डिबऱ्या, मला पाणी दे रे भाऊ.''

डिबऱ्याने लगेच म्हातारीला पिण्यासाठी पाणी आणून दिलं. म्हातारीला खूप आनंद झाला.

म्हातारी लगेच आनंदाने म्हणाली,

''सकू मरो

बकू मरो

डिबऱ्या माझ्या कामाचा.''

❧

16

कोल्होबा, कोल्होबा बोर पिकली

एक म्हातारी जंगलात एकटीच तिच्या झोपडीत राहत होती. तिच्या दाराशी बोराचं एक झाड होतं. त्या झाडाची बोरं चवीला खूपच गोड होती. आणि ते बोराचं झाड बोरांच्या फळांनी बहरलं होतं.

एका कोल्हयाच्या नजरेला ते झाड दिसलं. रात्री म्हातारी झोपली, की तो जंगलातून हळूच यायचा. पोटभर बोरं खायचा आणि म्हातारीच्या दाराशी शी करून तिच्या दारालाच बूड पुसून जंगलात निघून जायचा.

असं एक दिवस झालं. दोन दिवस झालं. असं मग नेहमीच व्हायला लागलं. म्हातारी विचार करायला लागली. ह्या कोल्ह्याची खोड मोडायची तरी कशी?

कोल्ह्याचा परिपाठ मात्र सुरूच होता. रोज रात्री यायचा. बोरं खायचा आणि म्हातारीच्या अंगणात शी करुन दाराला बुड

पुसून जंगलात निघून जायचा.

म्हातारीला युक्ती सुचली. तिने एक फाळ चुलीत लालबुंद होईपर्यंत तापवून झोपायच्या आधी दारात ठेवून दिला. आणि दार लावून घरात झोपली.

रात्री कोल्हा आला. त्याने पोटभर बोरं खाल्ली. शी केली. आणि दाराला बूड पुसायला गेला. त्याला तापलेल्या फाळाचा असा जोरात चटका बसला. म्हणून तो लागला जोरात 'कुई कुई' करायला.

म्हातारी जागी होऊन दारातून म्हणाली, ''कोल्होबा, कोल्होबा बोर पिकली.''

लगेच कोल्हा म्हणाला, ''नाही ओ बोय, माझी बूड शेकली.''

म्हातारी पुन्हा म्हणाली: ''कोल्होबा, कोल्होबा बोर पिकली.''

कोल्हा: ''नाही ओ बोय, माझी बुड शेकली.''

कोल्हा जंगलात पळाला. तसा पुन्हा आलाच नाही. त्याची खोडच मुडून गेली कायमची.

17

राक्षस, राजपुत्र आणि राजकन्या

एक राजपुत्र शिकारीसाठी जंगलात फिरत होता. त्याला तहान लागली. तेवढ्यात त्याला झाडांमध्ये एक घर दिसलं. तो त्या घराजवळ पाणी पिण्यासाठी गेला.

परंतु घरातून कोणाची चाहूल लागत नव्हती. त्याने दरवाजा वाजवून पाहिला. दाराची कडी वाजवून पाहिली. पण दार कोणी उघडलं नाही.

घराच्या आजूबाजूला दुसरा दरवाजा आहे का, ते तो पहायला लागला. त्या घराला एक खिडकी दिसली. त्या खिडकीमधून त्याने आत ढुंकून पाहिलं, तर त्याला त्या घरात एका राजकन्येला बांधून ठेवल्याचं दिसलं. राजकन्येला मुच्छी आलेली होती. त्यामुळे ती बोलत नव्हती.

तो राजपुत्र कसातरी त्या खिडकीतून घरात शिरला. त्याने राजकन्येला बांधलेल्या दोरातून सोडलं. राजकन्या सावध

झाली. मग ती राजपुत्राला म्हणाली, "मी एक राजकन्या आहे. एका राक्षसाने मला इथं पळवून आणलं आणि बांधून ठेवलं. तो माझ्याशी बळजबरीने लग्न करणार आहे. तो बाहेर शिकारीसाठी गेला आहे. आता येईलच."

राजपुत्र म्हणाला, "चल, आपण इथून लवकर पळून जाऊ." राजकन्याही पळायला तयार झाली. तेवढ्यात राजकन्येला दुरूनच राक्षस घराकडे परतताना दिसला.

राजकन्या राजपुत्राला म्हणाली, "राक्षस आला. आता पळणं योग्य नाही. तो आपला पाठलाग करेल. आणि तुम्हाला ठार करेल."

मग राजपुत्राने घाईत राजकन्येला पहिल्यासारखं खोटं खोटं बांधून ठेवलं. आणि तो म्हणाला, "तू राक्षसा सोबत गोड बोल. तू त्याच्याशी लग्नाला तयार आहेस असं सांग. म्हणजे तो बेसावध राहील. आपल्याला पळणं सोपं होईल. मी इथचं कोपऱ्यात लपून बसतो."

राजपुत्र त्या मोठ्या घराच्या एका कोपऱ्यात लपून बसला.

तेवढ्यात राक्षस येतो. त्याने घराचं दार उघडलं. राजकन्येच्या जवळ आला. वास घेतला. आणि म्हणाला, "इथं कोणी आलं होतं का?"

राजकन्या म्हणे, "नाही नाही. कोणी नाही आलं."

राक्षस म्हणाला, ''मग मला असा वास कसा काय येतो?''

राजकन्या म्हणाली, ''माझाच वास येत असेल.''

मग राजकन्या लगेच पुढे म्हणाली, ''मी खूप विचार केला. आणि आता मी ठरवलं. मला आता तुमच्याशीच लग्न करायचं आहे. मी आता काही माझ्या वडिलांकडे परत जाणार नाही. तुम्ही खूप चांगले आहात, हे माझ्या लक्षात आलं.''

राक्षसाला आनंद झाला. तो म्हणाला, ''खरच ना?''

राजकन्या म्हणे, ''खरच ना. तुमची शपथ.''

राक्षसाला आनंद झाल्यामुळे राजपुत्राचा वास तो विसरून गेला.

राक्षसाने लगेच राजकन्येला बांधलेला दोर सोडून टाकला. राजकन्या म्हणाली, ''आपण उद्या लग्न करू. पण मला आता खूप काहीतरी चांगलं खाण्याची इच्छा झाली. माझ्यासाठी चांगली ताजी फळं जंगलातून घेऊन या ना.''

राक्षस म्हणाला, ''का नाही? मी आत्ता घेऊन येतो थांब.''

राजकन्या म्हणाली, ''थांबा ना थोडंस. माझं ऐका. इतकी घाई करू नका. तुम्हाला ह्या जंगलात खूप शत्रू असतील. तुमचं

बरंवाईट झालं तर मी कोणाच्या तोंडाकडे पाहू? काळजी घेऊन घरी या. मला काळजी लागून राहील.''

राक्षसाला राजकन्येचे प्रेमळ शब्द ऐकून आणखी आनंद वाटला. तो म्हणाला, ''तू अजिबात काळजी करू नकोस. मला काहीच होणार नाही. मला कोणी तलवारीने मारलं तरी मी मरणार नाही. आता तुला सांगूनच ठेवतो. तू काय आता परकी थोडीच आहेस? तू आता माझी बायकोच होणार आहेस ना! त्या पिंजऱ्यात जो पोपट कोंडलेला आहे ना, त्याच्यात माझा जीव आहे. मला कितीही मारलं तरी मी मरणार नाही. पण हा पोपट कोणी मारला तर मी आपोआप मारला जाईल. म्हणून आता या पुढे मी जंगलात गेलेलो असलो की तू फक्त या पोपटाची नीट काळजी घ्यायची!''

राजकन्येने डोळे मोठे करून पिंजऱ्यातल्या पोपटाकडे पाहीलं. आणि अंधाऱ्या कोपऱ्यातून राजपुत्रही हे सर्व ऐकत होता. राजपुत्राची युक्ती तर बरोबर ठरली होती.

राजकन्या म्हणाली, ''असं आहे का. मग तुम्ही जा. मी पोपटाची नीट काळजी घेईन. मला फळांची खूप भूक लागली आहे.''

राक्षस मनातल्या मनात खूश होऊन जंगलात निघून गेला. लांब लांब जाताना राक्षस दिसेपर्यंत राजकन्या पहात राहिली. राक्षस दिसेनासा झाला आणि तिने राजपुत्राला इशारा केला.

राजपुत्र बाहेर आला. त्याने पोपटाकडे पाहिलं, ''काढू का मग याला बाहेर?''

राजकन्या म्हणाली, ''थांबा अजून. लांब जाऊ द्या त्याला.''

थोड्या वेळाने राजपुत्राने पिंजऱ्यात हात घालून पोपट धरला. तेवढ्यात इकडे राक्षसाला काय ते समजलं. तो जोरात घराकडे पळायला लागला. तेवढ्यात राजपुत्राने पोपटाचा एक पाय मोडला. तिकडे राक्षसाचाही एक पाय मुडला. तसाच राक्षस लंगडत लंगडत घराकडे पळायला लागला. राजकन्येने राक्षसाला घराकडे येताना पाहिलं. तिने राजपुत्राला सांगितलं. लगेच राजपुत्राने पोपटाचा दुसरा पायही मोडला. राक्षसाचाही दुसरा पाय मुडला.

तरीही तो तसाच जमिनीवरून गरबडत घराकडे जोरात यायला लागला. आता तो राक्षस ''घात झाला, घात झाला'' अशा आरोळ्या मारत घराच्या दारापर्यंत येऊन पोचला होता. इतक्यात राजपुत्राने पोपटाची मुंडी पिरगळली. पोपट मेला. आणि राक्षसही दारातच मरुन पडला.

राजपुत्र राजकन्येला घेऊन राजकन्येच्या वडिलांकडे तिच्या गावाला आला. राजकन्येने तिच्या वडिलांना घडलेली गोष्ट सांगितली. राजकन्येला सुखरूप पाहून राजाला खूप आनंद झाला. राजाने त्या दोघांचं लग्न लावून दिलं. आणि दोघांना अर्धराज्य बक्षिस दिलं. मग ते दोघं सुखात नांदायला लागले.

18
राम राम पाव्हणा

एका गावात म्हातारा म्हतारीचं जोडप राहत होतं. एका दिवशी त्या गावात एका कीर्तनकार महाराजांचं कीर्तन होतं.

संध्याकाळ झाली. रात्रीची जेवणं झाली. तेवढ्यात म्हातारी म्हाताऱ्याला म्हणाली, ''आज मंदिरात कीर्तन आहे म्हणे. कीर्तनला जाऊन या तुम्ही!''

म्हाताऱ्याला कीर्तन म्हणजे काय, अजून माहीतच नव्हतं. तो मंदिरात कीर्तन ऐकण्यासाठी गेला. तिथं लोक गोळा होत होते. काही लोक पारावर बसले होते. कीर्तन सुरू व्हायला अजून वेळ होता.

म्हाताऱ्याला पाहून तिथं पारावर बसलेल्यांपैकी एक जण म्हणाला, ''राम राम पाव्हणा.''

म्हातारा त्याच्याजवळ उभा राहिला. तेवढ्यात तो मनुष्य म्हणाला, ''बसा, बसा पाव्हणा.''

म्हातारा पारावर बसला. अजून काहीच होतं नव्हतं. मग म्हाताऱ्याला वाटलं, ''राम, राम पाव्हणा. बसा, बसा पाव्हणा'' यालाच कीर्तन म्हणत असतील.

कीर्तनाला अजून बराच वेळ होता, हे काही म्हाताऱ्याच्या लक्षात आलं नाही. म्हाताऱ्याला वाटलं, असंच कीर्तन राहत असेल. मग म्हातारा उठला. तेवढ्यात तो मनुष्य म्हणाला, ''चाललात पाव्हणा?''

म्हातारा पुढे चालायला लागला. तेवढ्यात तो मनुष्य पुन्हा म्हणाला, ''बरं, जा जा पाव्हणा.''

म्हातारा घरी आला. म्हातारीने विचारलं, ''कीर्तनाला नाही गेलात का?''

म्हातारा म्हणाला, ''मग. तिथूनच तर येतोय.''

म्हातारी: ''इतक्यात झालंही कीर्तन?''

म्हातारा: ''मग. अगदी सोपं असतं कीर्तन.

'राम राम पाव्हणा

बसा बसा पाव्हणा

चाललात पाव्हणा

बरं जा जा पाव्हणा'

माझं पाठ सुद्धा झालं कीर्तन.''

म्हातारा घरात झोपला होता. झोप लागेपर्यंत सारखा म्हणत होता,

''राम राम पाव्हणा

बसा बसा पाव्हणा

चाललात पाव्हणा

बरं जा जा पाव्हणा''

म्हातारा झोपून गेला. रात्री म्हाताऱ्याच्या घरी चोर आले. चोर घरात शिरले. तेवढ्यात म्हातारा झोपेत मोठ्याने बरळला,

"राम राम पाव्हणा" चोर दचकले. म्हातारा जागा आहे, असं त्यांना वाटलं. ते गुपचूप एकाच ठिकाणी उभे राहिले.

तेवढ्यात म्हातारा झोपेत पुढे म्हणाला, ''बसा बसा पाव्हणा.''

चोर आणखी दचकले. म्हाताऱ्याने आपल्याला पाहिलं आणि तो मुद्दाम आपल्याला पाहुणा म्हणतो असं चोरांना वाटलं.

आता हा म्हातारा गोड बोलून आपल्याला थांबवेल आणि गावकऱ्यांना बोलवेल, असं चोरांना वाटलं. म्हणून एक चोर दुसऱ्याला म्हणाला, ''पुढे नका जाऊ. मागे फिरा.''

चोर मागे वळले. तेवढ्यात म्हातारा झोपेत म्हणाला, ''चाललात पाव्हणा?'' चोर पळण्याच्या बेतात होतेच. तसा म्हातारा म्हणाला, ''बरं, जा जा पाव्हणा.''

चोर हे ऐकून जोरात धूम पळायला लागले. मध्ये थांबलेच नाहीत.

घरात चोर आले होते आणि चोरी न करताच निघून गेले, हे घराचं दार उघडं पाहून, म्हातारा म्हातारीच्या सकाळी लक्षात आलं.

म्हातारा जर रात्री कीर्तनला गेला नसता आणि झोपेत बरळला नसता तर म्हातारा म्हातारीच्या घरात मोठी चोरी झाली

असती. म्हणून आता आपणही कीर्तन म्हणू चला,

''राम राम पाव्हणा

बसा बसा पाव्हणा

चाललात पाव्हणा?

बरं जा जा पाव्हणा.''

❧

19

दिवास्वप्न

एक आळशी मनुष्य होता. तो दिवसभर काहीच कामधंदा करायचा नाही. नुसता फिरायचा आणि घरात येवून दिवास्वप्न रंगवायचा. कोणी जेवायला दिलं तर जेवायचा, कष्टावर त्याचा अजिबात विश्वास नव्हता.

एके दिवशी तो फिरत असताना त्याला एका झाडाखाली कोंबडीचं अंडं सापडलं. ते अंडं तो घरी घेऊन आला. अंडं समोर ठेऊन दिलं आणि तो लगेच मनात दिवास्वप्न रंगवत बसला.

... हे जे अंडं आहे ते आता आपण असंच एका कोपऱ्यात ठेवून देऊ. काही दिवसांनी ह्या अंड्यातून एक कोंबडीचं पिल्लू बाहेर येईल. ते पिल्लू मोठं होईल. कोंबडी एवढं दिसायला लागेल.

मग ती कोंबडी रोज अंडी देऊ लागेल. ती सर्व अंडी साचवून ठेऊ. काही दिवसांनी कोंबडी खूड येईल. कोंबडी खूड आली की अंड्यांवर बसवू. काही दिवसांनी त्या अंड्यांमधून पिलं बाहेर येतील. ते पिलं सुध्दा मोठे होतील.

त्या सर्व कोंबड्या पुन्हा रोज अंडी देऊ लागतील. आपण अंडे विकू. कोंबड्या विकू. आपल्याकडे खूप पैसे येतील. मग त्या पैशातून मी गाई म्हशी घेईल. त्यांच्या दुधाचे पैसे येतील.

मग घर बांधू. बायको करू. आनंदात राहू. बायको मला जेवण घेवून येईल. माझी कामं ऐकेल. तिने जर नाही म्हटलं, तर मी तिला अशी लाथ घालीन...

आणि त्याने त्या विचारात खरच लाथ झाडली. ती लाथ लागली नेमकी समोर ठेवलेल्या अंड्याला. अंडं गेलं जोरात गरबडत आणि समोरच्या भिंतीवर आदळलं. अंडं भिंतीवर आदळताच फूटलं.

आणि त्या आळशी माणसाचं स्वप्न भंगून गेलं.

20

करावं तसं भरावं

दोन चोर होते. ते दोन्ही मिळून संगमताने चोरी करीत. आणि चोरून आणलेला माल, पैसा आपसात वाटून घेत.

एकदा त्यांनी खूप मोठी चोरी केली. या चोरीत खूप पैसा, सोने, दागिने अशी संपत्ती त्यांना मिळाली. ती चोरी करून परतताना रस्त्यात खाण्यासाठी काही पदार्थ त्यांनी खरेदी केले.

चोरीत मिळालेली संपत्ती खूप मोठी असल्याने दोघांनाही त्या संपत्तीबद्दल मोह वाटू लागला.

एकाला वाटलं, आपण नेहमी विष बरोबर ठेवतो. चोरी करण्यासाठी कुत्र्यांना भाकरीतून देण्यासाठीचं विष जर या आपल्या मित्राला दिलं, तर ही संपत्ती आपल्या एकट्याची होईल. पण या पदार्थांमध्ये ते टाकण्यासाठी आपल्या मित्राला दूर कुठंतरी पाठवलं पाहिजे. त्याला युक्ती सुचली. तो मित्राला म्हणाला,

''खूप दिवसांतून आपल्याला चांगली संपत्ती मिळाली. आपल्याला भूकही लागलेली आहे आता. हे पदार्थ खाण्याआधी आपण थोडीशी दारू पिऊ. मी या नदीत ही संपत्ती राखत बसतो. तू शेजारच्या पाड्यातून दारू घेऊन ये. दारू पिवून हे पदार्थ खावून मग आपण नीट घरी जाऊ.''

मित्र हे मान्य करतो. तो दारू घेण्यासाठी शेजारच्या पाड्यावर जातो.

इकडे हा मित्र खाण्यासाठी घेतलेल्या पदार्थांचे दोन वाटे तयार करून ठेवतो. दुसऱ्या वाट्यात विष कालवून ठेवतो आणि मित्राची वाट पहात बसतो.

दारू घ्यायला जाणाऱ्या मित्राचीही बुद्धी फिरते. तो दोन बाटल्या दारू घेतो. एकात विष टाकतो आणि त्या बाटलीवर छोटीशी खूण करून ठेवतो.

विष टाकलेली दारूची बाटली तो मित्राला देतो. स्वतः चांगली दारू पितो. विषामुळे दुसरा चोर मरतो. त्या आनंदात पहिला चोर मिठाई खातो आणि पदार्थातल्या विषामुळे नदीतच मरून पडतो.

या चोरांनी चोरून आणलेली संपत्ती मात्र तशीच बेवारशी पडून राहते. म्हणतात ना, करावं तसं भरावं.

डॉ. सुधीर राजाराम देवरे यांचा परिचय

डॉ. सुधीर रा. देवरे

(विद्यावाचस्पति - एम. ए. पीएच. डी.)

भाषा, कला, लोकजीवन आणि लोकवाड्.मय यांचे अभ्यासक.

साहित्यिक, समीक्षक, संशोधक, संपादक.

अहिराणी भाषा संशोधक, अहिराणी लोकसंचितावर लेखन.

'ढोल' (अहिराणी) आणि 'संपृक्त लिखाण' या नियतकालिकांचे संपादक.

सदस्य, महाराष्ट्र राज्य लोकसाहित्य समिती.

महाराष्ट्र शासनाचा नरहर कुरूंदकर भाषा पुरस्कार.

.

ग्रंथ लेखन :

1. डंख व्यालेलं अवकाश, मराठी कविता संग्रह, व्दितीय आवृत्ती, नोशन प्रेस प्रकाशन, चेन्नई, २७ जून २०२१ (पहिली आवृत्ती, जानेवारी १९९९, लाखे प्रकाशन, नागपूर.)
2. आदिम तालनं संगीत, अहिराणी कविता संग्रह, व्दितीय आवृत्ती, नोशन प्रेस प्रकाशन, चेन्नई, २७ जून २०२१ (पहिली आवृत्ती: भाषा प्रकाशन, बडोदा. जुलै २०००, तुका म्हणे पुरस्कार, २०००)
3. कला आणि संस्कृती : एक समन्वय, संदर्भ ग्रंथ, जुलै २००३, शब्दालय प्रकाशन, श्रीरामपूर. मुंबई येथील लोकमान्य सेवा संघाचा मा. सी. पेंढारकर पुरस्कार, २००२- २००३
4. पंख गळून गेले तरी, आत्मकथन, २ आक्टोबर २००७, शब्दालय प्रकाशन, श्रीरामपूर. स्मिता पाटील पुरस्कार.
5. अहिराणी लोकपरंपरा, संदर्भ ग्रंथ -संकीर्ण, ३ डिसेंबर २०११, ग्रंथाली प्रकाशन, मुंबई.
6. अहिराणीच्या निमित्ताने : भाषा, ८ एप्रिल २०१४, पद्मगंधा प्रकाशन, पुणे. महाराष्ट्र शासनाचा नरहर कुरुंदकर भाषा पुरस्कार.
7. अहिराणी लोकसंस्कृती, संदर्भ ग्रंथ, ८ एप्रिल २०१४, पद्मगंधा प्रकाशन, पुणे.
8. अहिराणी गोत, अहिराणी दर्शन, ७ मार्च २०१४, पद्मगंधा प्रकाशन, पुणे.
9. अहिराणी वट्टा, अहिराणी कथा, ७ मार्च २०१४, पद्मगंधा प्रकाशन, पुणे.

10. माणूस जेव्हा देव होतो, चरित्र, व्दितीय आवृत्ती, नोशन प्रेस प्रकाशन, चेन्नई, २७ जून २०२१. (पहिली आवृत्ती: ४ जानेवारी २०१४, अहिरानी नाद प्रकाशन, सटाणा.)
11. सहज उडत राहिलो, आत्मकथन, १ ऑक्टोबर २०१६, ग्रंथाली प्रकाशन, मुंबई.
12. सांस्कृतिक भारत, राज्यनिहाय लेख, १५ डिसेंबर २०१७, मेनका प्रकाशन, पुणे.
13. माणसं मरायची रांग, कथासंग्रह, १ जानेवारी २०१९, विजय प्रकाशन, नागपूर.
14. मी गोष्टीत मावत नाही, कादंबरी, २५ फेब्रुवारी २०१९, पद्मगंधा प्रकाशन, पुणे.
15. टिंब, कादंबरी, १५ ऑगष्ट २०१९, सहित प्रकाशन, गोवा.
16. आस्वाद : भावलेल्या कवितांचा, समीक्षा, मार्च २०२०, वर्णमुद्रा प्रकाशन, शेगाव.
17. ब्लॉगच्या जाळ्यातून जग, लेखसंग्रह, २५ सप्टेंबर २०२०, दिलीपराज प्रकाशन, पुणे.
18. Melodies with a Primitive Rhythm, Translation in English by Rajeev Kulkarni, 7 April 2021, Notion Press Publication, Chennai.
19. आदिम तालाचं संगीत, मराठी भाषांतर, स्वत:, १० एप्रिल २०२१, नोशन प्रेस पब्लिकेशन, चेन्नई.
20. सोन्याची शाळा, कादंबरी, नोव्हेंबर २०२१, लोकवाङ्.मय गृह, मुंबई.
21. जठे नही येकी, अहिराणी बालकथा संग्रह, 27 जून 2022, नोशन प्रेस, चेन्नई.
22. भारतीय भाषांचे लोकसर्वेक्षण, महाराष्ट्र, १७ ऑगष्ट २०१३, पद्मगंधा प्रकाशन. यात प्रत्यक्ष सहभाग आणि अहिराणी भाषेवर दीर्घ लेख. आणि इतर आगामी.

Blog link : sudhirdeore29.blogspot.com/

.

संपादित ग्रंथांत योगदान :

- खानदेशचा सांस्कृतिक इतिहास (खंड-३): संपादक : डॉ. मु. ब. शहा, का. स. वाणी मराठी प्रगत अध्ययन संस्था, धुळे, जानेवारी - २००४, लेख : अहिराणी भाषा : उत्पत्ती आणि इतिहास
- जनस्थान: नाशिक येथील ७८ वे अ.भा. मराठी साहित्य संमेलन स्मरणिका, संपादक मंडळात सहभाग (जानेवारी २००५), लेख : अहिराणी भाषक

लोकजीवन व लोकपरंपरा

- लोकजीवन आणि लोकसंस्कृती : संपादक : डॉ. द. ता. भोसले (महाराष्ट्र राज्य साहित्य आणि संस्कृती मंडळ, मुंबई, प्रकाशन वर्ष २००५), लेख: आदिम जीवन आणि लोकसंस्कृती : एक अनुबंध
- लोकायन : संपादक : डॉ. रमेश वरखेडे (लोकायन, लोककला साहित्य संमेलन, स्मरणिका, नाशिक, वर्ष : १९९५) लेख : घुमरे : अहिराणी भाषक आदिवासी
- पीपल्स लिंग्विस्टिक सर्व्हे ऑफ इंडिया, संपादक : डॉ. गणेश देवी, 2013, पद्मगंधा प्रकाशन, पुणे, अहिराणी भाषेवरील लेख

आगामी :

1. सृजनसंवाद (द.ग. गोडसे यांची पत्रे) संपादित
2. फूल आणि फुलपाखरू (नाटक)
3. उंदरांचा संसार (नाटक)
4. मला माहीत नाही (नाटक)
5. फुटूच लागतात पंख (कविता संग्रह)
6. मर्मभेद (लेखसंग्रह)
7. जीवदान (कादंबरी)

पुरस्कार :

तुका म्हणे पुरस्कार, बुलडाणा (वर्ष २०००)

लोकमान्य सेवा संघाचा गुरूवर्य मा. सी. पैंढारकर पुरस्कार , मुंबई (वर्ष २००२-२००३)

महाराष्ट्र शासनाचा गुणवंत पुरस्कार (वर्ष 2008)

उत्तर महाराष्ट्रातील सांहित्यिकांसाठी असणारा कानुश्री पुरस्कार, धुळे (वर्ष २०००)

स्मिता पाटील पुरस्कार , शिरपूर (वर्ष २००७)

Nasio (नॅसिओ) या संस्थेचा राष्ट्रीय पुरस्कार, (वर्ष 2015)

2014 चा महाराष्ट्र राज्य शासन उत्कृष्ट वाड्मय निर्मितीचा नरहर कुरूंदकर भाषा पुरस्कार. (वर्ष 2015)

चर्चासत्र : केंद्रीय साहित्य अकादमी दिल्ली या संस्थेच्या वतीने राष्ट्रीय पातळीवरील चर्चासत्रात सहभाग :

१. कलकत्ता : मिडनापूर- लोकसाहित्यावर निबंध सादर. (मार्च १९९८)

२. बडोदा : छोटा उदयपूर - लोकसंस्कृतीवर निबंध सादर.

(ऑक्टोबर १९९७)

३. बडोदा : महाराजा सयाजीराव विद्यापीठात अहिराणीवर निबंध
सादर. (नोव्हेंबर १९९९)

४. भोपाळ : राष्ट्रीय मानव संग्रलयातील आंतरराष्ट्रीय
कृतीसत्र- टापऱ्या गव्हाऱ्याची कला सादरीकरण.
(बंधारपाडा ता.बागलाण येथील आदिवासी कलाकार,
१९ ते २४ जानेवारी २०००)

५. दिल्ली : अहिराणी का भविष्यकाल - लोक अधिकार परिषद,
अध्यक्ष : महाश्वेता देवी दिनांक १०-१२-२००१.

.

पत्ता :
- डॉ. सुधीर राजाराम देवरे
187, सायास, टेलिफोन कॉलनी,
बसस्थानकामागे, सटाणा - 423301
जि. नाशिक (महाराष्ट्र)
भ्रमणध्वनी : 7588618857
Email : drsudhirdeore29@gmail.com